மணிமேகலை

முகிலை இராசபாண்டியன்

PEN BIRD™
PUBILCATIONS

+91 8220063246 | penbirdpublications@gmail.com | www.penbird.in

மணிமேகலை
முகிலை இராசபாண்டியன்©

Manimegalai
Muhilai Rajapandian©

முதல் பதிப்பு - ஜூலை 2024
PB #23   - இலக்கியம்   ISBN: 978-81-972856-7-7
வடிவமைப்பு - நா.கௌசிகன்   Rs. 80

Printed by: Real Impact Solutions, Chennai – 600 004.

இந்நூலின் எந்தவொரு பகுதியையும் ஆசிரியர் மற்றும் பதிப்பாளரின் எழுத்து பூர்வ அனுமதியின்றி அச்சு மற்றும் மின்னணு வழியே நகல் எடுப்பது, ஒலிப்பதிவு செய்து வெளியிடுவது, துண்டுப் பிரசுரமாக அச்சிட்டு வெளியிடுவது போன்ற செயல்கள் பதிப்புரிமைச் சட்டத்தின்படி தடை செய்யப்பட்டுள்ளது.

முன்னுரை

தமிழ்க் குழந்தைகள் தமிழ்நாட்டின் பழமையையும் பெருமையையும் அறியவேண்டும். தமிழ் மொழியில் தோன்றிய காவியங்களை அவர்கள் புரிந்துகொள்ள வேண்டும்.

தமிழ்நாட்டை ஆண்ட மன்னர்களையும் வள்ளல்களையும் அவர்கள் படிக்க வேண்டும். தமிழ்ப் புலவர்களின் வரலாற்றையும் புலமையையும் பண்பையும் அவர்கள் கற்கவேண்டும்.

இந்த நோக்கத்துடன் மணிமேகலைக் கதையை நூலாக எழுதியுள்ளேன்.

நூலை வெளியிடும் பதிப்பாளர் நா.கௌசிகன் அவர்களுக்கு நன்றி.

அன்புடன்
முகிலை இராசபாண்டியன்
முகிலை, குமரி- 629701

மணிமேகலை

பூம்புகார் நகரில் சித்திராபதி என்னும் நடன மங்கை வாழ்ந்து வந்தாள் அவளது மகள் மாதவி என்பவள்.

மாதவி தனது இளவயதிலேயே எல்லாக் கலைகளையும் கற்றாள். நாட்டியக் கலையில் சிறந்து விளங்கினாள். அவளது நாட்டிய அரங்கேற்றம் சோழ மன்னன் தலைமையில் நடைபெற்றது.

மாதவியின் நாட்டியத்தைக் காண கோவலன் சென்றிருந்தான் அவளது அழகில் மயங்கினான். மாதவியுடன் குடும்பம் நடத்தினான்.

மாதவிக்கும் கோவலனுக்கும் பிறந்த மகள்தான் மணிமேகலை.

மதுரையில் கோவலன் கள்வன் என்று குற்றம் சுமத்தப்பட்டுக் கொலை செய்யப்பட்டான். கண்ணகியும் மதுரையை எரித்தபின் மாண்டாள்.

இவற்றை எல்லாம் அறிந்த மாதவி நாட்டியம் ஆடுவதை விட்டாள். புத்த மதத்தில் சேர்ந்து துறவியானாள்.

மணிமேகலையையும் புத்த மதத்தில் சேர்த்தாள் மாதவி.

அறவண அடிகள் என்னும் புத்தத் துறவியின் அறிவுரைகளை மாதவியும் மணிமேகலையும் கேட்டனர். புத்த தேவனுக்குச் செய்யும் தொண்டையே வாழ்வின் பெருந்தொண்டாக இருவரும் கருதினார்கள்.

மாதவியும் மணிமேகலையும் ஒரு மலர் மண்டபத்தில் தனியாக வாழ்ந்து வந்தனர்.

இந்திர விழா

தொடித்தோள் செம்பியன் என்னும் சோழ மன்னன் முன்பு சோழநாட்டை ஆண்டு வந்தான்.

அம்மன்னன் தேவேந்திரனை வணங்கி பூம்புகாரில் இந்திர விழாக் கொண்டாட்டம் பற்றித் தெரிவித்தான்.

அந்த விழாக் காலத்தில் தேவேந்திரன் வந்து பூம்புகாரில் தங்க வேண்டும் என்றும் வேண்டினான். அதற்குத் தேவேந்திரன் ஒப்புக்கொண்டான்.

அப்போது முதல் பூம்புகாரில் இந்திர விழா ஆண்டுதோறும் நடைபெற்று வருகிறது.

இந்த ஆண்டும் இந்திர விழாக் கொண்டாட வேண்டும் என்று சான்றோர்கள் முடிவு செய்தனர். இந்திரவிழாவினைத் தீவக சாந்தி விழா என்றும் கூறுவார்கள்.

நாவலத் தீவு என்னும் இந்திய நாட்டில் உள்ள தெய்வங்களை அமைதிப்படுத்துவதற்கு நடந்த விழா என்பதால் தீவக சாந்தி விழா என்றனர்.

இந்தத் தீவக சாந்தி விழா நடைபெறும் நாள் பற்றிய அறிவிப்பை முரசு அறைபவன் தெரிவித்தான்.

இந்த இந்திர விழாவின்போது மாதவியுடன் மணிமேகலையும் நாட்டியம் ஆட வருவாள் என்று புகார் நகர மக்கள் எதிர்பார்த்தார்கள். மாதவியும் மணிமேகலையும் நாட்டியம் ஆடி வராததால் அவர்களை இழிவாகப் பழித்துக் கூறினார்கள்.

புகார் நகர மக்கள் பழித்துக் கூறியதை மாதவியின் தாய் சித்திராபதி அறிந்தாள். மாதவியின் தோழியான வசந்தமாலையை அழைத்தாள். மாதவியையும் மணிமேகலையையும் அழைத்து வருமாறு அனுப்பினாள்.

பத்தினித் தெய்வ மகள் மணிமேகலை

மாதவியும் மணிமேகலையும் இருந்த மலர் மண்டபத்திற்கு வசந்தமாலை வந்தாள்.

அரச அவையில் ஆடும் நாட்டியம், ஊர்ப் பொதுமன்றத்தில் ஆடும் நாட்டியம் ஆகியவற்றில் தனிச்சிறப்புப் பெற்ற மாதவி இந்திர விழாவில் நாட்டியம் ஆட வராதது ஏன்? என்று கேட்டாள் வசந்தமாலை.

கலையில் சிறந்த நீ, துறவிபோல் துறவற வாழ்க்கை வாழ்வது வெட்கப்பட வேண்டிய செயல் ஆகும் என்று ஊர்மக்கள் கூறியதையும் அவள் தெரிவித்தாள். அதைக்கேட்ட மாதவி உள்ளம் வருந்தினாள். பிறகு, உள்ளம் தெளிந்த அவள் ஊர்மக்கள் கூறியது உண்மைதான். என் காதலனாகிய கோவலன் இறந்தபிறகும் உயிருடன் இருக்கும் நான் நாணம் இல்லாதவள்தான்.

கணவனை இழந்த பெண்கள் கணவனுடன் உடன்கட்டை ஏறி உயிரை விடுவார்கள் அல்லது துறவற வாழ்க்கையை வாழ்வார்கள். நான் இரண்டவதாகிய துறவற வாழ்க்கை வாழ முடிவு செய்துவிட்டேன்.

இந்த இரண்டு முடிவையும் கண்ணகி ஏற்கவில்லை. இந்த நிலையை விடவும் உயர்ந்து தனது கற்பின் திறத்தால் மதுரையையே எரித்துவிட்டாள். கணவனின் கொலைக்குப் பழி தீர்த்துவிட்டாள். எனவே, கண்ணகி மாபெரும் பத்தினிப் பெண் ஆவாள்.

அத்தகைய பத்தினிப் பெண்ணான கண்ணகியின் மகள்தான் மணிமேகலை என்று தனது மகள் மணிமேகலையை உயர்வாகக் கூறினாள் மாதவி.

பத்தினியின் பெண்ணான மணிமேகலை நாட்டியம் ஆடமாட்டாள் புத்த தேவனின் திருப்பாதங்களில் தனது உள்ளத்தை அவள் ஈடுபடுத்திவிட்டாள். இந்த உலகிலுள்ள இன்ப துன்பங்களில் அவள் மயங்கமாட்டாள்.

நானும் மணிமேகலையும் நாட்டியம் ஆட வரமாட்டோம் என்பதை எனது தாயாரிடம் போய்ச் சொல் என்று சொல்லிவிட்டாள் மாதவி.

மாதவியும் மணிமேகலையும் நாட்டியமாட வரமாட்டார்கள் என்பதை அறிந்த வசந்தமாலை வருத்தத்துடன் திரும்பினாள்.

மலர்வனத்திற்குச் சென்ற மணிமேகலை

புத்த தேவனுக்குச் சூட்டுவதற்காக மணிமேகலை மாலை தொடுத்துக்கொண்டிருந்தாள்.

அப்போது...

அவளுடைய தந்தையாகிய கோவலன் கொலைசெய்யப்பட்டது பற்றி வசந்தமாலையிடம் மாதவி சொல்லிக்கொண்டிருந்தாள். அதைக்கேட்ட மணிமேகலை கண்ணீர்விட்டு அழுதுவிட்டாள். அவள் தொடுத்துக்கொண்டிருந்த மாலை கண்ணீர்பட்டு நனைந்தது.

அதைக்கண்ட மாதவி கண்ணீரால் நனைந்த மாலையைப் புத்த தேவனுக்குச் சாற்றலாமா? நீ போய் புது மலர் பறித்துவந்து, மாலை தொடு என்று கூறினாள்.

மணிமேகலை மட்டும் தனியாக மலர்வனத்திற்குச் சென்று மலர் பறித்து வருவது நல்லதல்ல என எண்ணினாள் மாதவி. எனவே மணிமேகலையின் தோழி சுதமதியையும் அவளுடன் அனுப்பி வைத்தாள்.

இருவரும் மலர் பறித்துக்கொண்டிருந்தார்கள். அப்போது மதயானை ஒன்றை அடக்கிய சோழநாட்டு இளவரசன் உதயகுமரன் அங்கே வந்தான். அவனுக்கு எந்த வகையிலாவது மணிமேக்கலையை அடையவேண்டும் என்ற தீய எண்ணம் இருந்தது.

உதயகுமரன் வருவதைக் கண்ட மணிமேகலை அவனைக்கண்டு அஞ்சினாள். அருகிலுள்ள பளிங்கு அறையினுள் சென்று மறைந்துகொண்டாள்.

அருகில் வந்த உதயகுமரன், சுதமதியிடம், 'எங்கே மணிமேகலை?' என்று கேட்டான்.

அவன் கேட்ட கேள்விக்குச் சுதமதி நேரடியாகப் பதில் சொல்லவில்லை.

அந்த வேளையில்...

பளிங்கு அறையினுள் இருந்த மணிமேகலையை உதயகுமரன் பார்த்து விட்டான்.

பளிங்கு அறையின் உள்ளே செல்லமுடியாத உதயகுமரன் 'என்ன செய்வது' என்று அறியாமல் திகைத்தான்.

இறுதியில்...

மணிமேகலையின் பாட்டி சித்திராபதியின் நினைவு அவனுக்கு வந்தது.

சித்திராபதி மூலம் மணிமேகலையை அடையலாம் என்று எண்ணினான். எனவே, அவ்விடத்தைவிட்டுச் சென்றான்.

மணிபல்லவத் தீவில் மணிமேகலை

மாலைக்காலம் வந்தது.

புத்த தேவனின் பாத பீடிகையை வணங்குவதற்காக மணிமேகலா தெய்வம் வந்தது.

உதயகுமரனால் மணிமேகலைக்கு ஆபத்து வருவதைச் சுதமதியின் மூலம் அறிந்தது.

அவர்களை அங்கிருந்து சக்கரவாளக் கோட்டத்திற்குச் சென்றுவிடுமாறு மணிமேகலா தெய்வம் கூறியது.

அத்தெய்வத்திடம், 'சக்கரவாளக் கோட்டம் என்ற பெயர் எவ்வாறு வந்தது?' என்று சுதமதி கேட்டாள்.

மணிமேகலா தெய்வம் சக்கரவாளக் கோட்டம் பற்றிய வரலாற்றைக் கூறிக்கொண்டிருக்கும்போதே சுதமதி மயங்கித் தூங்கிவிட்டாள். உடனே மணிமேகலையை மயக்கி மணிபல்லவத் தீவிற்கு அத்தெய்வம் எடுத்துச் சென்றது.

மணிமேகலையைத் தீவில் விட்டுவிட்டு மணிமேகலா தெய்வம் மீண்டும் பூம்புகாருக்கு வந்தது.

உதயகுமரனுக்கு அறிவுரை கூறியது.

பின்னர், சுதமதியை எழுப்பி மணிமேகலையை மணிபல்லவத் தீவில் விட்டுவந்த செய்தியைக் கூறியது 'இதை நீ மாதவியிடம் சொல்'என்றது.

புத்த பீடிகை

மணிபல்லவத் தீவில் தூங்கிக்கொண்டிருந்த மணிமேகலை எழுந்தாள். சுற்றிலும் பார்த்தாள். தான் எங்கிருக்கிறோம் என்று அவளுக்குப் புரியவில்லை. இது, மலர் பறிக்க வந்த உவவனத்தின் வேறு ஒரு பகுதியோ என்று எண்ணினாள்.

தனது தோழி சுதமதி எங்கே மறைந்துவிட்டாள் என்று தேடினாள்; எங்கேயும் காணவில்லையே என்று வருந்தினாள்.

தாய் மாதவி தேடுவாளே என நினைத்தாள். தந்தை கோவலனின் நினைவு வந்து அழுதாள். தீவில் அங்கும் இங்கும் திரிந்தாள்.

எங்கு இருக்கிறோம் என்று புரியாமல் தவித்தாள்; செய்வது அறியாமல் திகைத்தாள்.

இவ்வாறாக அலைந்த வேளையில் அத்தீவில் உள்ள தரும பீடிகை ஒன்றைக் கண்டாள் மணிமேகலை.

அந்தத் தருமபீடிகை, பளிங்கால் செய்யப்பட்டது. மூன்று முழம் உயரமும் ஒன்பது முழம் அகலமும் கொண்டது. வட்ட வடிவமானது. அதனை வணங்கியவர்களுக்கு அவர்களின் பழைய பிறப்பை உணர்த்தும் சக்தி வாய்ந்தது அது.

அந்தப் பீடிகையைக் கண்ட மணிமேகலை வியந்தாள். கரங்களைத் தலைமேல் வைத்து வணங்கினாள். அதனை வலம் வந்தாள். உடனே மணிமேகலையின் பழைய பிறப்பு அவளுக்குத் தோன்றியது.

மணிமேகலையின் பழைய பிறப்பு

காந்தாரம் என்னும் நாட்டை அத்திபதி என்னும் அரசன் ஆண்டு வந்தான். அவனது தேவி நீலபதி என்பாள். இவர்களுக்கு இராகுலன் என்ற மகன் பிறந்தான்.

அசோதரம் என்னும் நாட்டை இரவிவர்மன் என்பவன் ஆண்டு வந்தான். அவனது மனைவி அழுதபதி என்பவள். இவர்களுக்கு இலக்குமி என்னும் மகள் பிறந்தாள்.

இராகுலனுக்கும் இலக்குமிக்கும் திருமணம் நடைபெற்றது. இருவரும் மகிழ்ந்து வாழும் நாளில் இராகுலனைத் திட்டிவிடம் என்ற பாம்பு கடித்து அவன் இறந்துவிட்டான்.

கணவனை இழந்த இலக்குமி உலகில் வாழ விரும்பவில்லை. எனவே, தீ வளர்த்து அந்தத் தீயினுள் புகுந்து இறந்தாள்.

அந்த இலக்குமி என்பவள்தான், இந்தப் பிறப்பில் மாதவியின் மகள் மணிமேகலையாகப் பிறந்துள்ளாள் என்று தரும பீடிகை உணர்த்தியது.

மணிமேகலை அந்தப் பீடிகையைப் பார்த்து, 'என் கணவனின் பிறப்பையும் எனக்கு உணர்த்து' என்று கேட்டாள்.

அதற்கு, 'உன்னை இத்தீவுக்குக் கொண்டுவந்த மணிமேகலா தெய்வம் உன் கணவன் யார் என்பதை உனக்கு உணர்த்தும்' என்று பீடிகையில் தோன்றியது.

மணிமேகலா தெய்வத்தை, தான் எவ்வாறு காண்பது என்று மணிமேகலை ஏங்கினாள், அழுதாள்.

அழுதுகொண்டிருந்த மணிமேகலையின் முன் மணிமேகலா தெய்வம் தோன்றியது. புத்த தேவனை வணங்கியது.

மணிமேகலை அத்தெய்வத்தைப் பார்த்து வணங்கினாள். 'தன் கணவன் இராகுலன் எங்கே இருக்கிறான்?' என்று கேட்டாள்.

'மணிமேகலையே பழைய பிறப்பில் உனக்குக் கணவனாக இருந்த இராகுலனே இந்தப் பிறப்பில் உதயகுமரனாகப் பிறந்திருக்கிறான். எனவேதான் உனக்கு உன்னை அறியாமலேயே அவன்மேல் அன்பு பிறந்தது. அந்த அன்பை மாற்றுவதற்காகவே நான் உன்னை இங்கே கொண்டுவந்தேன்' என்று மணிமேகலா தெய்வம் கூறியது.

'அதுமட்டும் அல்ல பழைய பிறப்பில், தாரை, வீரை என்று உனக்கு இரு சகோதரிகள் இருந்தனர். அவர்களே இப்பிறப்பில் உனது தாய் மாதவியாகவும்

தோழி சுதமதியாகவும் பிறந்துள்ளனர்' என்று மேலும் கூறியது.

மணிமேகலா தெய்வம் கூறியதைக்கேட்ட மணிமேகலை வியப்படைந்தாள்.

உதயகுமரன்தான் போன பிறவியில் தனது கணவன் என்ற எண்ணம் அவளிடம் எந்தச் சலனத்தையும் ஏற்படுத்தவில்லை. சென்ற பிறவியின் தொடர்பால்தான் அவன் தன்னைத் தொடர்ந்து வருவதாக எண்ணினாள். உதயகுமரனின் நிலையை எண்ணி வருந்தினாள்.

மணிமேகலா தெய்வம் மணிமேகலைக்கு மூன்று மந்திரங்களை அறிவித்தது.

ஒரு மந்திரத்தால் மணிமேகலை நினைத்த அளவில் வேறு உருவம் பெறமுடியும்.

இரண்டாவது மந்திரத்தால் மணிமேகலை நினைத்த அளவில் வானவெளியில் பறக்க முடியும்.

மூன்றாவது மந்திரத்தால் பசித் துன்பத்தைப் போக்கமுடியும் என்றுகூறி மணிமேகலா தெய்வம் மறைந்தது.

அமுதசுரபி பெற்ற மணிமேகலை

மணிமேகலா தெய்வம் அங்கிருந்து அகன்றபிறகு மணிமேகலை அந்தத் தீவின் மணல் குன்றுகளிலும், சோலைகளிலும், பொய்கை அருகிலும் நடந்தாள்.

அத்தீவில் உள்ள தருமபீடிகையைக் காவல் காத்துவரும் தீவதிலகையை மணிமேகலை கண்டாள்.

மணிமேகலையைப் பார்த்த தீவதிலகை, 'கப்பல் உடைந்து கரையில் ஒதுங்கியவளைப்போல் இத்தீவில் தோன்றும் நீ யார்?' என்று கேட்டாள்.

அதைக்கேட்ட மணிமேகலை தனது பெயரையும் மணிமேகலா தெய்வம் இங்கு கொண்டுவந்ததையும் அவளது பழம்பிறப்பை உணர்ந்ததையும் தெரிவித்தாள். பின்னர், தீவதிலகையைப் பார்த்து, 'நீ யார்?' என்று கேட்டாள். அதற்குத் தீவதிலகை பின்வருமாறு கூறினாள்.

'இந்தத் தீவுக்கு அருகில் இரத்தினத் தீவு என்று ஒரு பெரிய தீவு உள்ளது. அங்கே அற முதல்வனின் இரண்டு பாதங்கள் அமைக்கப்பட்டுள்ளன. அதை வணங்குவோர் பிறவித் துன்பத்திலிருந்து நீங்குவார்கள். அந்தப் பாதங்களை வணங்கிவிட்டு இந்தத் தருமபீடிகைக்கு வந்தேன். இந்திரனால் அமைக்கப்பட்ட இந்தப் பீடிகையை நான் காவல் காத்துவருகிறேன். தீவதிலகை என்பது எனது பெயர்' என்றாள்.

'மேலும், மணிமேகலையே! இந்தப் பீடிகையை வணங்குபவர்கள் அறவோர்களாக இருந்தால் மட்டுமே அவர்களுக்குப் பழம்பிறப்புத் தோன்றும். நீ இந்தப் பீடிகையை வணங்கி உனது பழைய பிறப்பை அறிந்துகொண்டாய். எனவே, நீ அறச்செல்வியாகத்தான் இருப்பாய்.

உனக்கு நான் வேறொன்றும் சொல்வேன். இங்கே கோமுகி என்று ஒரு பொய்கை உள்ளது. இந்தப் பொய்கையில் குவளை மலர்களும் நெய்தல் மலர்களும் நீர்நிலையை மறைத்துள்ளன. போதித்தலைவனாகிய புத்தனின் அறத்தைப் போற்றிய ஆபுத்திரன் என்பவன் வைத்திருந்த அமுதசுரபி என்ற பாத்திரம் இந்தப் பொய்கையில் மறைந்துள்ளது.

அந்த அமுதசுரபியில் உள்ள உணவு எடுக்கஎடுக்கக் குறையாது அந்த அமுதசுரபி ஆண்டுக்கு ஒருமுறை மட்டுமே நீரின்மேல் தோன்றும். தோன்றும் நாள் இன்றுதான். அறச்செல்வியாகிய உனக்கு அந்த அமுதசுரபி

கிடைக்கும் என்று எனக்குத் தோன்றுகிறது' என்று தீவதிலகை கூறினாள்.

தீவதிலகை கூறியதைக்கேட்ட மணிமேகலை கோமுகிப் பொய்கையைச் சுற்றிவந்து வணங்கினாள். அப்பொழுது அமுதசுரபி மணிமேகலையின் கைகளில் வந்து கிடைத்தது.

அமுதசுரபியைப் பெற்று மணிமேகலை மிகுந்த மகிழ்ச்சிகொண்டாள். புத்த தேவனைப் போற்றி வணங்கினாள்.

அமுதசுரபி கிடைப்பதற்கு வழிகாட்டிய தீவதிலகையையும் வணங்கினாள் மணிமேகலை.

உலக மக்கள் அனைவரும் பசியின்றி வாழ்ந்தால் பாவம் குறையும் புண்ணியம் பெருகும் என்று மணிமேகலை எண்ணினாள். அங்கிருந்து பூம்புகாருக்குத் திரும்பினாள்.

அறவண அடிகள்

பூம்புகாருக்கு வந்த மணிமேகலை மலர் மண்டபத்திற்குச் சென்றாள் மாதவியிடமும் சுதமதியிடமும் மணிபல்லவத் தீவிற்குச் சென்றதைப் பற்றியும் அமுதசுரபி கிடைத்ததைப் பற்றியும் கூறினாள்.

பூம்புகாரில் அறவண அடிகள் என்று ஒருவர் இருந்தார். நரைத்த தலையும் தளர்ந்த உடலும்கொண்ட முதியவர் அவர்.

புத்த தேவனின் உயர்ந்த அறத்தை உலகுக்கு உணர்த்துவதைத் தனது கொள்கையாகக் கொண்டவர் அவர்.

அந்த அறவண அடிகளைக் காண மணிமேகலை, மாதவி, சுதமதி, ஆகிய மூவரும் சென்றார்கள். மூவரும் அறவண அடிகளைப் பார்த்து வணங்கினார்கள்.

அவர்களுக்குப் புத்தனின் பெருமைகளை எடுத்துக்கூறினார் அறவண அடிகள்.

அறங்களுக்கு எல்லாம் முதல்வன் புத்த தேவன் அவன் அறநெறிகளை உலகுக்கு உரைத்தான்.

'ஞாயிற்று மண்டலத்தை நாம் நேரில் சென்று காணமுடியாது. அதைப்போன்று அறநெறிகளையும் காண இயலாது.

ஞாயிற்று மண்டலம் இருப்பதை அதன் ஒளியிலிருந்து நாம் அறிகிறோம். அதைப்போன்றே அறநெறியையும் ஆன்றோர் வாயிலாக அறிய இயலும்' என்றார்.

'மணிமேகலையே! உன்னால் இந்தப் பூம்புகாரில் பல நிகழ்ச்சிகள் நிகழ இருக்கின்றன. அதுவரை உனது மனம் அறநெறிகளில் முழுவதும் செல்லாது. அதன்பிறகே நீ போதிமரத்துப் புத்தனின் அடியைச் சேர்வாய். உன்னோடு இவர்களும் நன்னெறியில் சேர்வார்கள்' என்றார்.

'மணிமேகலையே! நீ அமுதசுரபி என்ற ஒப்பற்ற பாத்திரத்தைப் பெற்றிருக்கிறாய் உலகில் உள்ள மக்கள், தேவர் எல்லாரும் போற்றும் அறம் எது தெரியுமா? பசித்துன்பத்தைப் போக்குதல்தான் அந்த அறம் ஆகும். இத்தகைய சிறந்த அறத்தைப் பின்பற்றும் வாய்ப்பு உனக்குக் கிடைத்திருக்கிறது' என்று கூறினார் அறவண அடிகள்.

'சிறப்பு வாய்ந்த இந்த அமுதசுரபியை முன்பு ஆபுத்திரன் என்பவன் வைத்திருந்தான். உனக்கு அவனது வரலாற்றைக் கூறுகிறேன்' என்றார் அறவண அடிகள்.

ஆபுத்திரன் வரலாறு

காசியில் அபஞ்சிகள் என்று ஒருவன் வாழ்ந்து வந்தான். அவனது மனைவி சாலி என்பவள் ஆவாள். அவள் அவளது கணவனுக்குத் துரோகம் செய்து கற்பு நெறியில் தவறிவிட்டாள்.

இந்தப் பாவத்திலிருந்து விடுபட விரும்பிய அவள் குமரிக்குப் புனித நீராட வந்தாள். நீராடிவிட்டுத் திரும்பும்போது அவள் ஒரு குழந்தையைப் பெற்றாள்.

அந்தக் குழந்தையை அவள் அருகிலிருந்த ஒரு தோட்டத்தில் போட்டுவிட்டுச் சென்றுவிட்டாள்.

குழந்தைப் பசியால் அழுதுகொண்டிருந்தது. அப்போது அங்கு ஒரு பசு வந்து அந்தக் குழந்தைக்குப் பாலூட்டியது; பாதுகாத்தது.

அந்த வழியாக இளம்பூதி என்பவன் தனது மனைவியுடன் வந்தான். குழந்தை இல்லாமல் மனம் வருந்தியிருந்தான் அவன்.

இளம்பூதி அந்தக் குழந்தையைக் கண்டான். குழந்தையைக் கண்டதும் தெய்வத்திற்கு நன்றி கூறினான். தனக்கு ஒரு மகன் பிறந்ததாகக் கருதி மகிழ்ச்சி அடைந்தான்.

இளம்பூதியின் மனைவி அந்தக் குழந்தையை எடுத்தாள். தனது மனைவியுடனும் குழந்தையுடனும் ஊருக்குத் திரும்பினான்.

இளம்பூதியின் வீட்டில் ஆபுத்திரனாக வளர்ந்தது அக்குழந்தை. ஆபுத்திரன் கல்வி கேள்விகளில் சிறந்து விளங்கினான்.

பசுவைக் காத்த ஆபுத்திரன்

பார்ப்பனர்கள் அந்தக் காலத்தில் வேள்வியில் பசுவைக் கொன்று தின்னும் தீய பழக்கம் உடையவர்கள்.

அவ்வாறு வேள்வியில் கொன்று தின்பதற்காக, ஒரு பார்ப்பனனின் வீட்டில் ஒரு பசுவைக் கட்டிவைத்திருந்தார்கள்.

உயிருக்குப் பயந்த அந்தப் பசு கதறிக் கொண்டிருந்தது.

அந்தப் பார்ப்பனனிடமிருந்து பசுவைக் காப்பாற்ற விரும்பினான் ஆபுத்திரன்.

அவனுக்குத் தெரியாமல் இரவு நேரத்தில் அதைத் திருடிச் சென்றுவிட வேண்டும் என்ற எண்ணத்தில் ஆபுத்திரன் அங்கே மறைந்திருந்தான்.

இரவு வந்தது.

யாருக்கும் தெரியாமல் அந்தப் பசுவை அவிழ்த்தான். காட்டுவழியில் அதை நடத்திச் சென்றான் ஆபுத்திரன்.

பசுவைக் காணாத பார்ப்பனர்கள் அங்கும் இங்கும் தேடினார்கள். ஆபுத்திரன் பசுவுடன் காட்டுவழியில் செல்வதை அறிந்து அங்கே சென்றார்கள்.

ஆபுத்திரனைக் கண்டார்கள். 'பசுவைத் திருடிச்சென்ற நீ பார்ப்பனனே அல்லன் நீசன்' என்று அவனை அடித்து உதைத்தார்கள்.

ஆபுத்திரனை அடித்துக்கொண்டிருந்த ஒரு பார்ப்பனனைப் பசு தனது கொம்பால் குத்தியது. குடலைச் சாய்த்தது. காட்டுக்குள் தப்பி ஓடிவிட்டது.

அப்போது ஆபுத்திரன் அந்தப் பார்ப்பனர்களைப் பார்த்து, 'மேய்ச்சல் நிலத்திலே உள்ள புல்லை மேய்ந்து உங்களுக்கு இனிய பாலைத் தருகிறதே பசு. அது உங்களுக்கு என்ன தீமை செய்தது? வேதத்தை ஓதும் நீங்கள் அதைக்கொன்று தின்னாதீர்கள்' என்று கூறினான்.

'பசுவிடமிருந்து வந்த நீ பசுவுக்காகப் பரிந்து பேசுகிறாய். நீ பசுவின் மகன், ஆவின் மகன்; நீ பார்ப்பனரின் மகனே அல்லன்' என்று ஆபுத்திரனை இழித்துப் பேசினார்கள்.

அதைக்கேட்ட ஆபுத்திரன், 'என்னை ஆவின் மகன் என்று இழித்துப்பேசும் பார்ப்பனர்களே! அசலன் என்னும் முனிவன் ஒரு பசுவின் மகனே ஆவான். சிருங்கி என்னும் முனிவன் ஒரு மானின்

மகன் ஆவான். விரிஞ்சி என்னும் முனிவன் ஒரு புலியின் மகன் ஆவான். கேசகம்பளன் என்னும் முனிவன் ஒரு நரியின் மகன் ஆவான். இவர்களை எல்லாம் நீங்கள் முனிவர்கள் என்று போற்றுகிறீர்களே! நான் இழிந்தவன் என்றால் இந்த முனிவர்களும் இழிந்தவர்கள்தாம். ஆனால், உங்கள் வேதத்தில் எங்காவது இழிந்த குலத்தில் பசு தோன்றியதாகக் கூறப்பட்டுள்ளதா?' என்று கேட்டான்.

அதைக் கேட்டுக்கொண்டிருந்த பார்ப்பனன் ஒருவன். ஆபுத்திரனின் தாயாகிய சாலியைப் பற்றி அறிந்திருந்தான். அவளது கற்புநெறி தவறிய வரலாற்றைத் தெரிவித்தான். கற்பை இழந்த ஒருத்திக்குப் பிறந்ததால் இவன் புலையன் என்றான்.

அந்தப் பார்ப்பனன் கூறியதிலிருந்து, தான் யார்? என்பதை ஆபுத்திரன் அறிந்தான். தனது களங்கத்தைப் போக்க எண்ணினான். கற்பு இழந்தவளிடம் பிறந்ததால், தான் இழிந்தவன் இல்லை என்பதை அவர்களுக்கு உணர்த்த விரும்பினான்.

'பிரம்மனிடம் தேவதாசியாக இருந்தவள் திலோத்தமை. அவளுக்கு மக்களாக பிறந்தவர்கள் வசிட்டரும், அகத்தியரும். அவர்களைத்தானே நீங்கள் வேதத்தின் முதல்வர்களாகப் போற்றுகிறீர்கள். நான் இழிமகன் என்றால் அவர்களும் இழிந்தவர்கள் தானே?' என்று அந்தப் பார்ப்பனர்களிடம் கேட்டான்.

அதற்குப் பதில்கூற இயலாமல் பார்ப்பனர்கள் திகைத்தார்கள். அங்கே நின்ற ஆபுத்திரனின் வளர்ப்புத் தந்தையாகிய இளம்பூதி, 'நீ என் மகனே இல்லை' என்று சொல்லித் துரத்திவிட்டான்.

யாருடைய உதவியும் இல்லாமல் எப்படி வாழ்வது என்று ஆபுத்திரன் நினைத்தான். யாரிடம் எதைப்பெற்று உண்பது என்று எண்ணி வருந்தினான்.

பார்ப்பனர்கள் யாரும் அவனுக்கு உணவு வழங்கவில்லை. அவனது பிச்சைப் பாத்திரத்தில் அவர்கள் கல்லைப் போட்டார்கள். பல வகைகளில் அவனைத் துன்பப்படுத்தினார்கள்.

எனவே, அவன் அங்கிருந்து வெளியேற விரும்பினான். நேரே மதுரைக்கு வந்தான்.

ஆபுத்திரன் பெற்ற அமுதசுரபி

மதுரையில் சிந்தாதேவி கோயில் ஒன்று இருந்தது அந்தக் கோயில் மண்டபத்தில் ஆபுத்திரன் தங்கியிருந்தான்.

வீடுவீடாகச் சென்று பிச்சை எடுத்து வந்தான். அந்த உணவை கண் இல்லாதவர்களுக்கும், கால் முடமானவர்களுக்கும் வழங்கினான். மீதம் இருந்த உணவை மட்டும்தான் உண்டு வாழ்ந்து வந்தான்.

ஒருநாள்...

நள்ளிரவு நேரம். பெருமழை பெய்து கொண்டிருந்தது. இருள் எல்லா இடமும் நிறைந்திருந்தது.

வழிப்போக்கர்கள் சிலர், ஆபுத்திரன் தங்கியிருந்த மண்டபத்திற்கு வந்தார்கள். அவர்கள் பசியால் வருந்தினார்கள். ஆபுத்திரனிடம் ஏதாவது உணவு தருமாறு வேண்டினார்கள்.

அவர்களுக்கு அந்த இரவு வேளையில் உணவு தர இயலாமல் ஆபுத்திரன் வருந்தினான்.

மற்றவர்களுக்கு உணவு தர இயலவில்லையே என்று வருந்திய ஆபுத்திரன்முன் சிந்தாதேவி தோன்றினாள்.

ஓர் அமுதசுரபியை ஆபுத்திரனிடம் கொடுத்தாள். 'நாட்டில் எங்கும் உணவுப்பொருள் கிடைக்கவில்லை என்றாலும் இந்தப் பாத்திரத்தில் உணவு குறையாது. இதிலிருந்து உணவை வாங்குகிறவர்களின் கைகள்தான் சோர்ந்து வருந்துமே தவிர, இந்தப் பாத்திரத்திற்குள் இருக்கும் உணவு அப்படியே இருக்கும்' என்று கூறியபின் சிந்தாதேவி மறைந்துவிட்டாள்.

அன்று முதல் பசியால் வாடும் மக்களுக்கும் விலங்குகளுக்கும் பறவைகளுக்கும் ஆபுத்திரன் உணவு வழங்கி வந்தான்.

இந்திரனின் சினம்

ஆபுத்திரன் செய்த அறத்தால் இந்திரனின் சிறப்புக் குறைந்தது. அறச்செயல்களில் சிறந்தவனாகிய ஆபுத்திரன் புகழ் ஓங்கியது.

எனவே, இந்திரன் ஒரு பார்ப்பனன் வடிவில் ஆபுத்திரன் முன் தோன்றினான்.

'நீ செய்யும் அறத்தின் பயனைப் பெற்றுக்கொள்' என்றான்.

அதைக்கேட்ட ஆபுத்திரன் சிரித்தான். 'தேவர் உலகத்தில் இன்பமாய் வாழும் நீ, இந்த உலக மக்களின் துன்பத்தை உணர்ந்துகொள்ள இயாலது. உன்னிடம் நான் பெற்றுக்கொள்ள எதுவும் இல்லை' என்று கூறிவிட்டான்.

அதைக்கேட்ட இந்திரன் சினம் கொண்டான்.

'பசித்தவர்கள் இருப்பதால்தானே நீ அவர்களுக்கு உணவு வழங்க முடிகிறது. இந்தப் பாண்டியநாடு

முழுவதும் மழைபெய்து செழிக்கச் செய்கிறேன்' என்று சொல்லிய இந்திரன் மறைந்தான்.

பன்னிரண்டு ஆண்டுகள் மழையில்லாமல் வறண்டுபோயிருந்த பாண்டியநாட்டில் மழைபெய்தது செல்வம் செழித்தது.

ஆபுத்திரனிடம் உணவு வாங்க யாரும் வரவில்லை. பசித்தோர் யாரும் இல்லாததால் மனம் வருந்தி நின்றான் ஆபுத்திரன்.

கப்பலில் பல ஊர்களுக்குச் சென்று வந்தவர்கள் அப்போது அங்கே வந்தார்கள். சாவக நாட்டில் பசித்துன்பத்தால் பலர் வருந்துவதை ஆபுத்திரனிடம் அவர்கள் தெரிவித்தார்கள்.

சாவகத்திற்குச் செல்ல விரும்பினான் ஆபுத்திரன். கப்பலில் சென்றவர்களுடன் அவனும் சென்றான்.

நடுக்கடலில் கப்பல் போய்க்கொண்டிருந்தது. அப்போது கடும்புயல் வீசியது. கப்பல் தள்ளாடியது. பாய்மரத்தை அவிழ்த்தார்கள். மாலுமிகள் கப்பலை ஒரு தீவுக்கு அருகில் நிறுத்தினார்கள்.

அது மணிபல்லவத் தீவு. எல்லாரும் அந்தத் தீவில் இறங்கினார்கள். ஆபுத்திரனும் இறங்கினான். ஒருநாள் அந்தக் கப்பல் அங்கே தங்கியது.

காற்று ஓய்ந்தது. புயல் நின்றது. கடல் கொந்தளிப்பு அடங்கியது. எல்லாரும் கப்பலில் ஏறினார்கள்.

ஆபுத்திரன் மட்டும் கப்பலில் ஏறவில்லை. அவன் ஏறிவில்லை. அவனும் ஏறிவிட்டான் என்று

மாலுமிகள் எண்ணினார்கள். கப்பல் புறப்பட்டுப் போய்விட்டது.

தீவில் சுற்றித்திரிந்த ஆபுத்திரன் கப்பல் நின்ற இடத்திற்கு வந்தான். கப்பலைக் காணவில்லை.

மணிபல்லவத் தீவில் தனியாகத் தவித்தான். 'தான் ஒருவனுக்கு உணவு வழங்கவா இந்த அரிய அமுதசுரபி. வேண்டாம் மற்றவர்களுக்குப் பயன்படாத இந்த அமுதசுரபி எனக்கும் வேண்டாம்' என்று நினைத்தான்.

'ஆண்டுக்கு ஒருமுறை மட்டும் நீ தோன்றவேண்டும் உலக உயிர்களைக் காக்க நினைப்பவரின் கையில் நீ சேரவேண்டும்' என்று அமுதசுரபியிடம் கூறினான்.

பின்னர் அதை, அங்கே இருந்த கோமுகி என்னும் பொய்கையில் போட்டான்.

உண்ணா நோன்பிருந்து உயிரைவிட ஆபுத்திரன் எண்ணினான்.

அப்போது அறவண அடிகள் அங்கே சென்றார். அவரிடம் தனது துன்பத்தைத் தெரிவித்த அவன் உயிர்த் துறந்தான்.

ஆதிரையிடம் மணிமேகலை பிச்சைப் பெறுதல்

அறவண அடிகளின் மூலம் ஆபுத்திரனின் வரலாற்றை அறிந்தாள் மணிமேகலை. தனக்குக் கிடைத்த அமுதசுரபியின் பெருமையையும் அறிந்தாள்.

பசியால் வருந்தும் மக்களின் பசித்துன்பத்தை எல்லாம் போக்க எண்ணினாள் மணிமேகலை.

ஒருமுறை அமுதசுரபியில் உணவை இட்டால் அது எடுக்கஎடுக்க குறையாமல் வரும். முதல்முறை யாரிடம் பிச்சைப் பெறுவது என்று மணிமேகலை நினைத்தாள்.

அப்போது...

காயசண்டிகை என்பவள் மணிமேகலையைச் சந்தித்தாள். 'ஆதிரை என்பவள் கற்பில் சிறந்தவள் அவளிடம் முதலில் பிச்சை எடு' என்று கூறினாள்.

அத்துடன் நில்லாமல் ஆதிரையின் வரலாற்றையும் மணிமேகலையிடம் கூறினாள்.

பூம்புகார் நகரில் சாதுவன் என்றொரு வணிகன் வாழ்ந்தான். அவனது மனைவி ஆதிரை. ஆதிரையைப் பிரிந்து சாதுவன் தீயவழிகளில் பொருளைச் செலவு செய்தான். பொருள் தீர்ந்ததும் மீண்டும் பொருள் ஈட்டுவதற்காகக் கப்பலில் சாதுவன் சென்றான்.

சாதுவன் சென்ற கப்பல் புயலில் சிக்கிக் கடலில் மூழ்கியது. உடைந்த கப்பலின் ஒரு பகுதியைப் பிடித்துக்கொண்டு நீந்திய அவன் நாகர்கள் வாழும் ஒரு தீவினை அடைந்தான்.

அங்கே, மயங்கி வீழ்ந்துகிடந்த சாதுவனை நாகர்கள் உண்பதற்காக எடுத்துச் சென்றனர். அவர்களிடம் நாகர்களின் மொழியில் பேசி அங்கிருந்து தப்பிப் பிழைத்தான் சாதுவன்.

கப்பலில் சாதுவனுடன் சென்றோரில் தப்பிப் பிழைத்துவந்த சிலர் சாதுவன் இறந்துவிட்டதாகக் கூறினார்கள்.

அதைக்கேட்ட ஆதிரை உயிரைவிட முடிவு செய்தாள். ஊர் மக்களை நெருப்புமூட்டச் சொன்னாள். அவர்கள் மூட்டிய நெருப்பில் ஆதிரை பாய்ந்தாள்.

என்ன அதிசயம் நெருப்பு ஆதிரையைச் சுடவில்லை. வருந்திய ஆதிரை, 'தீக்கூடச் சுடாத அளவிற்குத் தீமை செய்தவளாகிவிட்டேனே' என்று அழுதாள்.

அப்போது...

வானத்திலிருந்து ஒரு குரல் ஒலித்தது.

'ஆதிரையே கேள். உன் கணவன் இறக்கவில்லை. அலையில் வீழ்ந்தவன் நாகர்களின் தீவில் சென்று தப்பினான். விரைவில் அவன் வருவான். உனது துன்பம் நீங்கும்' என்று அந்தக்குரல் கூறியது.

அதைக்கேட்ட ஆதிரை மனம் தெளிந்தாள். கணவன் விரைவில் வருவதற்காக அறம் செய்தாள்.

சாதுவனும் விரைவில் வந்து ஆதிரையுடன் இல்வாழ்க்கை நடத்தினான். பல்வேறு வகை அறச்செயல்களும் புரிந்தான்.

இப்படிப்பட்ட, கற்பில் சிறந்த ஆதிரையிடம் நீ பிச்சைப் பெறுதல் நல்லது என்று காயசண்டிகைக் கூறினாள்.

அதுகேட்ட மணிமேகலையும் ஆதிரையின் இல்லம் நோக்கி நடந்தாள். கற்பில் சிறந்த ஆதிரையிடம் பிச்சைக் கேட்டாள் மணிமேகலை. ஆதிரை நல்லாள், மணிமேகலையை வணங்கி அமுதசுரபி நிறையுமாறு பிச்சையிட்டாள்.

காயசண்டிகையின் பசி தீர்த்தல்

காயசண்டிகை என்பவள் காஞ்சனபுரத்தில் உள்ள தேவமங்கை. அவள் விஞ்சையன் என்பவனை மணந்து மகிழ்ச்சியுடன் வாழ்ந்து வந்தாள்.

அவள் தன் கணவனுடன் தென்பகுதியைக் காண்பதற்காக வந்தாள். பொய்கைக் கரையில் அவள் விஞ்சையனோடு இருந்தாள்.

விருச்சிகன் என்ற முனிவர் பன்னிரண்டு ஆண்டுகளுக்கு ஒருமுறை மட்டுமே உணவு உண்பார். அவர் பன்னிரண்டு ஆண்டுகளுக்கு ஒருமுறை கனியும் ஒரேயொரு நாவல் கனியை உண்டு உயிர் வாழ்ந்து வந்தார்.

அன்று...

அந்த நாவல் கனியைப் பறித்து, மணல் பரப்பின்மேல் தேக்குமர இலையில் வைத்தார். குளித்துவிட்டு வந்து அந்த நாவல் கனியை உண்ணலாம் என்று பொய்கைக்குச் சென்றார்.

காயசண்டிகை தன் கணவனோடு அந்த வழியாக நடந்து சென்றாள். அப்போது காலால் அந்த நாவல் கனியைச் சிதைத்துவிட்டாள்.

குளித்துவிட்டு நாவல் கனியை உண்ணலாம் என்று விருச்சிக முனிவர் ஆவலோடு வந்தார். கனியைச் சிதைத்த காயசண்டிகையைக் கண்டார் கடுங்கோபம் கொண்டார்.

அவளைப் பார்த்து, 'நீ ஆகாய வழியில் பறந்துசெல்லும் மந்திரத்தை மறந்து போ' என்று சாபமிட்டார்.

பின்னரும் கோபம் தீராதவராய், 'நீ பன்னிரண்டு ஆண்டுகள் யானைத்தீ என்னும் பெரும்பசியால் அவதிப்படுவாய். பன்னிரண்டு ஆண்டு கழித்து நான் நாவல் கனி உண்ணும் நாளில் உன் பசித் தீரும்' என்றார்.

அன்றுமுதல் எதைத் தின்றாலும் பசி நீங்காதவளாய் அலைந்தாள் காயசண்டிகை. அவளது பசியைப் போக்க விஞ்சையன் பலமுறை முயன்றும் முடியவில்லை.

அவளைப் பெருஞ்செல்வர்கள் வாழும் பூம்புகாருக்கு அனுப்பிவிட்டு அவன் ஆகாயத்திற்குச் சென்றான்.

காயசண்டிகை பசியோடு அலைந்து பன்னிரண்டு ஆண்டுகள் கழிந்துவிட்டன. அவளது பசிக்கொடுமை தீருமாறு அமுதசுரபியிலிருந்து உணவை வழங்கினாள் மணிமேகலை.

அதை வாங்கி உண்ட காயசண்டிகையின் பெரும்பசி தீர்ந்தது. அவள் மணிமேகலையை வணங்கினாள்.

'இனி நான் என் ஊருக்குப் போகிறேன். நீ அறவோர்கள் வாழும் சக்கரவாளக் கோட்டத்திற்குப் போ. அங்குள்ள உலக அறவிக்குச் சென்று அங்கு வருவோரின் பசித்துன்பத்தைப் போக்கு' என்றாள் கயசண்டிகை.

உலக அறவியில் மணிமேகலை

மணிமேகலை, பூம்புகார் நகரில் உள்ள உலக அறவிக்கு வந்தாள். அங்கே வருவோர்க்கு எல்லாம் சளைக்காமல் உணவு வழங்கினாள்.

உலக அறவியில் மணிமேகலை தங்கி இருக்கிற செய்தியை அவளது பாட்டி சித்திராபதி அறிந்தாள்.

'நாட்டியம் ஆடும் பெண்கள் குடியில் பிறந்த மணிமேகலை, அதை மறந்துவிட்டு அறவாழ்வு வாழ்ந்து வருவது கொஞ்சமும் பொருந்தாது. எப்படியாவது நான் அவளை நாட்டியம் ஆட வைப்பேன்' என்று சபதம் செய்தாள்.

உடனே...

சோழ இளவரசன் உதயகுமரனின் அரண்மனைக்குச் சென்று அவனைச் சந்தித்தாள் சித்திராபதி. மணிமேகலை உலக அறவியில் இருப்பதைச் சொன்னாள்.

உதயகுமரன் நேரே உலக அறவிக்கு வந்தான். அவன் வருவதைக்கண்ட மணிமேகலை அருகில் உள்ள சம்பாபதிக் கோவிலுக்குள் சென்றாள்.

நினைத்த அளவில் வேறு உருவத்தைப் பெறும் மந்திரத்தைச் சொன்னாள். அதன்படி, காயசண்டிகையின் உருவத்தைப் பெற்றாள். மணிமேகலை, காயசண்டிகையின் உருவத்தோடு வெளியே வந்தாள்.

இதை அறியாத உதயகுமரன் சம்பாபதித் தெய்வத்தை நோக்கி, 'மாயமாய் மறைந்துவிட்ட மணிமேகலை எங்கே? அவளை எனக்குக் காட்டு. மணிமேகலை இல்லாமல் நான் இந்த இடத்தைவிட்டு அகலமாட்டேன். இது உறுதி' என்று சபதம் செய்தான்.

அப்போது...

சித்திரப்பாவை ஒன்று உயிர் பெற்று வந்தது. 'மணிமேகலையிடம் கொண்ட ஆசையை மறந்துவிடு' என்றது.

உதயகுமரன் உள்ளம் வருந்தினான். வேறு வழியில்லாமல் அங்கிருந்து புறப்பட்டான்.

உதயகுமரன் அங்கிருந்து சென்றதைக் கண்டபிறகும் மணிமேகலை, தான் தாங்கிய காயசண்டிகை உருவத்தை மாற்றவில்லை. அந்த உருவத்துடனேயே, எல்லோருக்கும் உணவு வழங்கினாள்.

காயசண்டிகையின் உருவத்துடன் மணிமேகலை அங்கே உள்ள சிறைச்சாலைக்குச் சென்றாள்.

அங்குள்ள கைதிகளுக்கு எல்லாம் உணவு வழங்கினாள்.

ஒரே பாத்திரத்தில் இருந்து எடுத்து, அவள் எல்லார்க்கும் உணவு வழங்குவதைக் காவலர்கள் கண்டார்கள். ஆச்சரியப்பட்டார்கள். 'இதை மன்னனிடம் சென்று சொல்வோம்' என்று எண்ணினார்கள்.

மன்னனிடம் சென்று சொன்னார்கள். செய்தியைக் கேட்ட மன்னன், 'அப்பெண்மணியை அழைத்துவாருங்கள்' என்று ஆணையிட்டான்.

காவலர்கள் சென்று மணிமேகலையை அரண்மனைக்கு அழைத்து வந்தார்கள்.

மன்னனை மணிமேகலை வணங்கினாள்.

மன்னன் கருணை கொண்ட உள்ளத்தோடு மணிமேகலையைப் பார்த்து, 'பெண்ணே, நீ யார்? உனக்கு இந்தப் பாத்திரம் எப்படிக் கிடைத்தது?' என்று கேட்டான்.

'மன்னா! நான் ஒரு வித்தியாதரப் பெண். உலக அறவியில் ஒரு தெய்வம் எனக்கு இந்தப் பாத்திரத்தை வழங்கியது. யானைப்பசி என்ற எனது பெரும்பசியை இப்பாத்திரம் போக்கியது. உலக மக்களுக்கு எல்லாம் இது உயிர்காக்கும் மருந்து' என்று காயசண்டிகையின் வடிவில் இருந்த மணிமேகலைக் கூறினாள்.

மன்னன் மனம் மகிழ்ந்தான். 'நான் உனக்கு ஏதாவது உதவி செய்யவேண்டுமா?' என்று கேட்டான்.

உடனே மணிமேகலை, 'மன்னா! இந்த உலக மக்களுக்கு எல்லாம் உண்ண உணவு கிடைத்துவிட்டால் தவறுகள் நடக்க வாய்ப்பில்லை. எனவே, நீங்கள் இந்தச் சிறைச்சாலையை அறச்சாலையாக மாற்றினால் நான் மகிழ்ச்சி அடைவேன்' என்றாள்.

மணிமேகலை சொன்னதைக்கேட்ட மன்னன் சிந்தித்தான்.

சிறையில் இருந்தவர்களை விடுவிக்க முடிவுசெய்தான் மன்னன். சிறையில் இருந்தவர்கள் எல்லோருக்கும் மணிமேகலை உணவு வழங்கினாள்.

சிறைச்சாலையை அறச்சாலையாக மாற்றி மன்னன் உத்தரவிட்டான். சிறையில் இருந்தவர்கள் மணிமேகலையையும் மன்னனையும் வாழ்த்தினார்கள்.

உதயகுமரன் மரணம்

சிறைச்சாலை, அறச்சாலையாக மாறிய செய்தியை உதயகுமரன் அறிந்தான். எவ்வாறு ஆயினும் மணிமேகலையைக் காணவேண்டும் என்று எண்ணி உலக அறவிக்கு வந்தான்.

அதே வேளையில்...

காயசண்டிகையின் கணவன் விஞ்சையனும் தனது மனைவியைத் தேடி உலக அறவிக்கு வந்தான்.

காயசண்டிகையின் வடிவில் இருந்த மணிமேகலையைக் கண்டான். அவள்தான் தனது மனைவி என்று எண்ணினான். அவளிடம் சென்றான். காயசண்டிகை வடிவில் இருந்த மணிமேகலை, அவனைக் கவனிக்கவில்லை.

உதயகுமரன், தன்னைத்தேடி வந்திருப்பதைக் கண்ட மணிமேகலை அவனுக்கு அறிவுரைக் கூறினாள். அந்த வழியே சென்ற மூதாட்டி

ஒருத்தியைக் காட்டி, 'இவள் இளமையில் எவ்வளவு அழகுடன் திகழ்ந்து இருப்பாள். இப்போது நரைமுடியும் சுருங்கிய மேனியும் கொண்டவளாக இருக்கிறாள்' என்று வாழ்க்கையின் நிலையற்ற தன்மையை விளக்கினாள்.

இதைப் பார்த்துக்கொண்டு நின்ற விஞ்சையன் கோபம் கொண்டான். தனது மனைவி தன்மேல் கொண்டுள்ள அன்பைவிட உதயகுமரனிடமே அதிக அன்பு கொண்டிருக்கிறாள் என்று எண்ணினான்.

எனவே, உதயகுமரனைக் கொன்றுவிட வேண்டும் என்று எண்ணி அந்த உலக அறவியின் ஒரு பகுதியில் ஒளிந்துகொண்டான்.

இரவு வந்தது.

மணிமேகலைதான் காயசண்டிகை வேடம் கொண்டுள்ளாள் என்று சந்தேகம் கொண்டான் உதயகுமரன். இரவில் எப்படியாவது உண்மையை அறியலாம் என்று எண்ணி உலக அறவிக்கு வந்தான்.

காயசண்டிகையாகிய தனது மனைவியைச் சந்திக்கத்தான் உதயகுமரன் வருகிறான் என்று எண்ணினான் விஞ்சையன்; அவனை வாளால் வெட்டி வீழ்த்திவிட்டான்.

உதயக்குமரன் இறந்துவிட்டான் என அறிந்த மணிமேகலை தனது உண்மை உருவத்தை எடுத்துக்கொண்டாள். அவனைக் காணச் சென்றாள். அவளது மனம் வருந்தியது.

மணிமேகலையின் கவலையைக் கண்ட கந்திற்பாவை என்ற தெய்வம் மணிமேகலையின்

முன் தோன்றியது. 'மணிமேகலையே, கலங்காதே! முற்பிறப்பில் உன் கணவனான இராகுலன் ஒரு சமையல்காரனை வெட்டிக் கொன்றான். இராகுலன்தான் இந்தப் பிறப்பில் உதயகுமரன். அந்தப் பாவத்தின் பயனாகத்தான் விஞ்சையனால் வெட்டிக்கொல்லப்பட்டான்' என்று ஆறுதல் சொல்லியது.

மணிமேகலைக்குச் சிறை

உதயகுமரன் இறந்ததைச் சக்கரவாளக் கோட்டத்தில் உள்ள முனிவர்கள் கண்டார்கள். நேரே மன்னனிடம் சென்றார்கள். உதயகுமரன் இறந்துவிட்ட செய்தியைத் தெரிவித்தார்கள்.

பத்தினிப் பெண்களுக்குத் தொல்லைக் கொடுத்தால் இப்படிப்பட்ட துன்பம்தான் நிகழும் என்று மன்னனுக்கு எடுத்துக்கூறினார்கள்.

தவறான வழியில் சென்றதால்தான் உதயகுமரனுக்கு மரணம் ஏற்பட்டது. தவறு செய்தவர்கள் தண்டனைப் பெற்றுத்தான் தீரவேண்டும் என்று சோழமன்னன் எண்ணினான்.

ஆகவே, தனது மகன் இறந்ததற்கு மன்னன் வருந்தவில்லை. தவறு செய்தவன் தண்டனை அடைந்தான் என்றே கருதினான்.

எனவே...

உடனே உதயகுமரனின் உடலை எரித்துவிடுங்கள் என்று உத்தரவிட்டான்.

காயசண்டிகையின் கணவனான விஞ்சையன்தான் உதயகுமரனைக் கொன்றவன், என்றாலும் தவறை உணர்ந்த அவன் ஆகாயவாசி என்பதால் தப்பிவிட்டான்.

நீதிநெறிப்படி கொலைக்குக் காரணமாக இருந்தவர்களும் தண்டிக்கப்பட வேண்டும் என்பதை மன்னன் அறிந்திருந்தான்.

உதயகுமரனின் சாவுக்கு மணிமேகலையும் ஒரு காரணம் என்பதால், 'மணிமேகலையைச் சிறையில் அடையுங்கள்' என்றும் ஆணையிட்டான்.

மன்னன் உத்தரவுப்படி மணிமேகலை சிறையில் அடைக்கப்பட்டாள்.

மணிமேகலைக்கு அரசி கொடுத்த இன்னல்கள்

மகனது மரணத்தை மன்னன் மறந்துவிட்டான் என்றாலும் மன்னனின் மனைவி அரசமாதேவி அதை மறக்கவில்லை. தனது மகனின் மரணத்துக்குக் காரணமாக இருந்த மணிமேகலையைத் தண்டிக்க விரும்பினாள்.

எனவே...

மன்னனிடம் சென்று மணிமேகலையைச் சிறையிலிருந்து விடுவிக்குமாறு வேண்டினாள்.

மன்னனும் மனைவியின் வேண்டுகோளுக்கு இணங்கி மணிமேகலையைச் சிறையிலிருந்து விடுவித்தான்.

மணிமேகலையை அரண்மனையில் உள்ள அந்தப்புரத்திற்கு அழைத்துச்சென்று கொடுமைப்

படுத்த வேண்டும் என்று எண்ணியிருந்தாள் அரசி. அதன்படி மணிமேகலையை அந்தப்புரத்திற்கு அழைத்துச் சென்றாள்.

தனது மகன் உதயகுமரன் இறப்பதற்குக் காரணமானவள் மணிமேகலை. எனவே அவளைச் சிறையில் அடைத்தால் மட்டும் போதாது. அவள் பைத்தியமாகி, தெருவெங்கும் ஓடவேண்டும் என்று எண்ணினாள் அரசமாதேவி.

இந்த எண்ணத்துடன்தான் மணிமேகலையைத் தன்னுடன் அந்தப்புரத்திற்கு அழைத்துச்சென்றாள் அரசி.

அந்தப்புரத்திற்குச் சென்றதும் பைத்தியமாக ஆக்குவதற்கு உரிய மருந்தை மணிமேகலைக்குக் கொடுக்க எண்ணினாள்.

பணிப்பெண் ஒருத்தியிடம் பைத்தியம் ஆக்கும் மருந்தைக் கொடுத்து, அதை உணவில் கலந்து கொடுக்கச் சொன்னாள்.

பணிப்பெண்ணும் அரசியின் பேச்சை மீற இயலாது என்று அறிந்து மருந்தைக் கலந்து கொடுத்தாள்.

கடந்த பிறப்பு, இனிவரும் பிறப்பு என்று அனைத்தையும் அறிந்த மணிமேகலையை அந்த மருந்து எதுவும் செய்யவில்லை.

மணிமேகலை பைத்தியம் ஆகவில்லை என்பதை அறிந்த அரசி வேறு வகைகளில் அவளைக் கொடுமைப்படுத்த எண்ணினாள்.

கல்வி அறிவு இல்லாத ஒருவனை அழைத்துவரச் செய்தாள். அவனுக்குப் பல பொற்காசுகளைக் கொடுத்தாள்.

மணிமேகலை இருக்கும் தனி அறைக்குப் போய் அவளிடம் முறைதவறி நடக்கக் கூறினாள். பின்னர், எல்லாரும் அறியும்படி அதைத் தெரிவிக்கவேண்டும் என்றும் கூறினாள்.

பொற்காசுகளைப் பெற்றுக்கொண்ட அந்த மூடன். மணிமேகலை இருந்த தனி அறைக்குப் புறப்பட்டான்.

அவனது வருகையைக் கண்டாள் மணிமேகலை. இதுவும் அரசியின் வஞ்சனைச் செயல் ஆகும் என்று அறிந்தாள்.

நினைத்த அளவில் உருமாறும் மந்திரத்தைச் செபித்தாள். உடனே, ஆண் உருவத்தைப் பெற்றுவிட்டாள் மணிமேகலை.

மணிமேகலை இருந்த அறைக்கு வந்தான் அந்த மூடன். அறையில், மணிமேகலை இல்லாமல் ஓர் ஆண் இருப்பதைக் கண்டு அஞ்சினான்; செய்வது அறியாமல் திகைத்தான்.

அரசியின் அந்தப்புரத்தில் ஆண்கள் இருக்கக்கூடாது என்பது அந்த மூடனுக்குத் தெரியும். இந்த ஆண் எப்படி இங்கு வந்தான்? இந்த அரசி தன்னை, என்ன செய்யப்போகிறாளோ என்று நடுங்கினான்.

இந்த நகரில் இருந்தால் தனக்கு ஏதேனும் ஆபத்து ஏற்படும் என்று வெளியூருக்கு அஞ்சி ஓடிவிட்டான்.

மணிமேகலையை மானபங்கம் செய்ய வேண்டும் என்று நினைத்த அரசியின் எண்ணம் நிறைவேறவில்லை.

வேறு வழியில்தான் அவளைப் பழிவாங்க வேண்டும் என்று நினைத்தாள்.

மணிமேகலையை இனிமேல் உயிருடன் வைக்கக்கூடாது என்று தீர்மானித்தாள் அரசி.

'மணிமேகலையைக் கொடிய நோய் பிடித்துக்கொண்டது. எனவே, அவளால் உணவு உண்ண இயலவில்லை' என்று பொய்யாக எல்லாரிடமும் தெரிவித்தாள். அவளைக் காற்று நுழைய முடியாத அறைக்குள் அடைத்தாள்; உணவு எதுவும் கொடுக்காமல் பட்டினிப் போட்டாள்.

உணவு இல்லாமல் உயிர்வாழும் மந்திரம் மணிமேகலையிடம் இருந்ததால் அதிலிருந்தும் அவள் தப்பிவிட்டாள்.

இதை அறிந்த அரசி பயந்தாள். மணிமேகலையின் தெய்வத்தன்மையை அறிந்து நடுங்கினாள், மணிமேகலையை வணங்கினாள்.

'என் மகனை இழந்த துன்பத்தால் இவ்வாறு செய்துவிட்டேன் என்னை மன்னித்துவிடு' என்று சொன்னாள். தனது மகனை நினைத்து வருந்தி அழுதாள்.

மணிமேகலையும் அரசியை வணங்கி அவளுக்கு அறிவுரைக் கூறினாள்.

'உன் மகனின் உடலுக்காக அழுதாயா? அல்லது உயிருக்காக அழுதாயா? உடலுக்காக அழுதாய்

என்றால் அதை எடுத்து இடுகாட்டில் இட்டனர். அது இல்லாமல் போய்விட்டது. உயிருக்காக அழுதாய் என்றால், உயிர் செல்லும் வழியை அறிய இயலாது. உண்மையிலேயே நீ உன் மகனின் உயிருக்காக இரங்குவாய் என்றால் எல்லா உயிர்களுக்கும் இரங்குதல் வேண்டும்' என்று அறிவுரைக் கூறினாள்.

ஆபுத்திரன் நாட்டில் மணிமேகலை

மணிமேகலையின் பாட்டியான சித்திராபதி அரண்மனைக்கு வந்தாள். மணிமேகலையைத் தன்னோடு அனுப்பிவைக்குமாறு அரசியிடம் வேண்டினாள்.

சித்திராபதியைப் பற்றி அரசமாதேவி முன்பே அறிந்திருந்தாள். எனவே அவளுடன் மணிமேகலையை அனுப்புவதற்கு மறுத்துவிட்டாள்.

பின்னர் மாதவி, சுதமதி அறவண அடிகள் ஆகிய மூவரும் அரண்மனைக்கு வந்தனர்.

அறவண அடிகளைக் கண்ட அரசமாதேவி வணங்கினாள்.

அவர் அரசமாதேவிக்கு அறவுரைகளைக் கூறினார்.

மணிமேகலை, அறவண அடிகளிடம், 'இனியும் நான் இந்த நாட்டில் இருந்தால், 'மன்னன் மகனைக்

கொன்றவள்' என்றே என்னைக் குறைகூறுவார்கள். எனவே, நான் ஆபுத்திரன் நாட்டிற்குச் செல்கிறேன்' என்றாள். அறவண அடிகளிடம் விடைபெற்றுக் கொண்டாள்.

ஆபுத்திரன் இந்தப் பிறப்பில் புண்ணிய ராசனாகப் பிறந்திருந்தான்.

அந்தப் புண்ணியராசன் ஆளும் நாட்டை மணிமேகலை வான்வழியாகச் சென்று அடைந்தாள்.

ஆபுத்திரன் என்னும் புண்ணியராசனின் நாட்டில் உள்ள சோலை ஒன்றில் மணிமேகலை அமர்ந்தாள். மணிமேகலை அங்கிருந்தபடியே புண்ணியராசனின் பெருமைகளை மற்றவர்களின் வாய்மொழி மூலம் அறிந்தாள்.

அந்தச் சோலைக்குப் புண்ணியராசன் வந்தான். அங்கே இருந்த புத்தத் துறவியை வணங்கினான். துறவி கூறிய அறவுரைகளைக் கேட்டான்.

புத்தத் துறவி வீற்றிருந்த அந்தப்பகுதியில் மணிமேகலையைக் கண்டான் புண்ணியராசன்.

'கையில் பிச்சைப் பாத்திரத்தை ஏந்தி அறநெறியைக் கேட்கின்ற இவள் யார்?' என்று கேட்டான்.

புண்ணியராசனின் அருகில் நின்ற கஞ்சுகன் என்பவன் மணிமேகலையின் வரலாற்றைத் தெரிவித்தான்.

புண்ணியராசனின் பழைய பிறப்பை மணிமேகலை உணர்த்தினாள்.

'பழைய பிறப்பில் நீ ஆபுத்திரனாக இருந்தபோது உன்னிடம் இருந்த அமுதசுரபியே இந்தப் பிறப்பில் எனது கையில் இருக்கிறது. உனது பழைய பிறப்பைப் பற்றி மேலும் நீ அறிந்துகொள்வதற்காக மணிபல்லவத் தீவிற்கு வா' என்று கூறிவிட்டுச் சென்றாள் மணிமேகலை.

வான் வழியே பறந்து மணிபல்லவத் தீவை அடைந்தாள். சிலநாள் கழித்து மணிபல்லவத் தீவிற்குப் புண்ணியராசன் வந்து சேர்ந்தான். தரும பீடிகையை வணங்கினான். அவனது பழைய பிறப்பை உணர்ந்தான்.

மணிமேகலையுடன் புண்ணியராசன் ஆகிய ஆபுத்திரன், கோமுகிப் பொய்கைக்குச் சென்றான்.

அங்கே தீவதிலகைத் தோன்றினாள்.

அவள், பூம்புகார் நகர் கடலின் உள்ளே மூழ்கி அழிந்துவிட்டது என்ற செய்தியைத் தெரிவித்தாள்.

மாதவியும் சுதமதியும் வஞ்சிநகர் சென்ற செய்தியையும் மணிமேகலைக்குக் கூறினாள்.

அறச்செல்வி மணிமேகலை

இந்திரவிழா நடக்காத காரணத்தால் காவிரிப்பூம்பட்டினம் என்றும், பூம்புகார் என்றும் அழைக்கப்பட்ட நகரம் அழிந்ததை அறிந்த மணிமேகலை, புண்ணியராசனை அவனது நாட்டுக்கு அனுப்பினாள்.

அவள் வான்வழியாக வஞ்சிநகருக்குச் சென்றாள்.

அங்கே உள்ள கண்ணகி, கோவலன் சிலைகளை வணங்கினாள்.

வஞ்சியில் உள்ள பல சமயங்களைச் சேர்ந்தவர்களின் கருத்துகளை அறிந்தாள்.

அங்கிருந்து கச்சி எனப்படும் காஞ்சிபுரத்திற்குச் சென்றாள் மணிமேகலை. கச்சி நகரை ஆண்ட சோழமன்னன், மணிமேகலையை வரவேற்றான்.

தன் நாட்டு மக்கள் பசி நோயால் அவதிப்படுவதை மணிமேகலையிடம் சோழ மன்னன் தெரிவித்தான்.

மணிமேகலை, அந்த நகர மக்களின் பசிக்கொடுமையைத் தன்னிடம் இருந்த அமுதசுரபியின் உதவியால் போக்கினாள்.

பின்னர், அங்கே வருகை புரிந்த அறவண அடிகளை மணிமேகலை வணங்கினாள். புத்த தருமத்தைப் போதிக்குமாறு அவரிடம் வேண்டிக்கொண்டாள்.

அறவண அடிகள் மணிமேகலைக்குப் புத்த தருமத்தைப் போதித்தார்.

மணிமேகலை, புத்த தருமத்தைச் சரணடைந்து, அறவாழ்வை மேற்கொண்டாள்.

■ ■ ■

முகிலை இராசபாண்டியன்

கன்னியாகுமரி மாவட்டத்தின் முகிலன் குடியிருப்பில் பிறந்த இவர் மதுரை, சென்னை, அண்ணாமலைப் பல்கலைக்கழகங்களில் கல்வி கற்றுள்ளார்.

சென்னை, தரமணியில் உள்ள தமிழ் இணையப் பல்கலைக்கழகத்தில் மூன்று ஆண்டுகள் உதவி இயக்குநராகவும் செம்மொழித் தமிழாய்வு மத்திய நிறுவனத்தின் பதிவாளராகவும் பணியாற்றியுள்ள இவர், சென்னை மாநிலக் கல்லூரியில் பதினைந்து ஆண்டுகள் தமிழ்ப் பேராசிரியராகப் பணியாற்றியுள்ளார்.

ஐந்து நாவல்கள், ஐந்து சிறுகதைத் தொகுப்புகள், மூன்று நாடகங்கள், நான்கு கவிதைத் தொகுப்புகள் உட்பட நூற்றுக்கு மேற்பட்ட நூல்களைப் படைத்துள்ளார்.

மனோன்மணியம் சுந்தரனார் பல்கலைக்கழகத்தின் பாரதியார், பாரதிதாசன் அறக்கட்டளைப் பரிசுகளையும் கோவை கஸ்தூரி சீனிவாசன் அறநிலையத்தின் நாவல் பரிசினையும் பாரத ஸ்டேட் வங்கியின் நாடகப் பரிசினையும் தமிழ்நாடு கலை இலக்கியப் பெரு மன்றத்தின் சிறந்த சிறுகதை நூல் பரிசினையும் வேறு பல விருதுகளையும் பெற்றுள்ளார்.

ஆசிரியரின் பிறநூல்கள்

1. கண்ணகி
2. ஔவையாரின் அறநூல்கள்
3. திருக்குறள் (தெளிவுரை)
4. நரிவிருத்தம்
5. தேரிமணல்
6. காலம் தந்த காமராசர்
7. நாம் தமிழர் இயக்கம்

+91 8220063246
www.penbird.in
penbirdpublications@gmail.com